The Big Five Safari Book
Kitabu cha Safari Kuhusu Tano Kubwa

An English–Kiswahili Reader for Young Children
Kitabu cha Kiingereza na Kiswahili cha Watoto Wachanga

Agnes Nyambura Letz

The Big Five Safari Book
Kitabu cha Safari Kuhusu Tano Kubwa
An English-Kiswahili Reader for Young Children
Kitabu cha Kiingereza na Kiswahili cha Watoto Wachanga

Written by Agnes Letz.
Edited by Marcus Letz.

Trademark and copyright © Panduoh LLC, 2020.
All rights reserved.
Published in the United States by Panduoh LLC.
All images herein are created or legally licensed by Panduoh LLC.

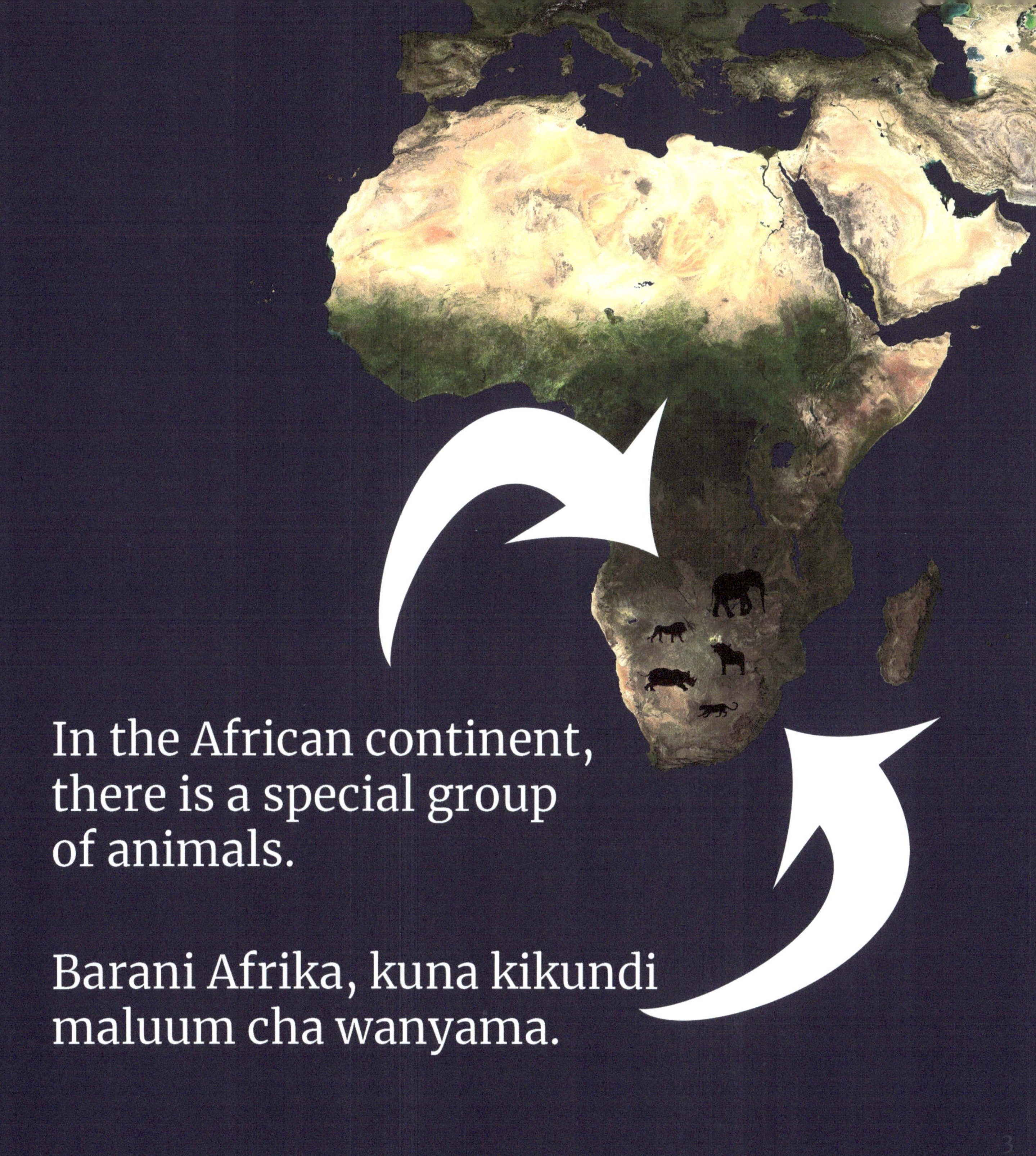

In the African continent,
there is a special group
of animals.

Barani Afrika, kuna kikundi
maluum cha wanyama.

Together they are called the Big Five.

Pamoja wanaitwa Tano Kubwa.

Some countries have all five.

Baadhi ya nchi kunao hawa wanyama wote watano.

This is an Elephant.

Huyu ni Tembo (au Ndovu).

Elephants are the biggest land animals.
Tembo ndio wanyama wakubwa zaidi barani.

Some elephants can
weigh 12 tons.

Baadhi ya tembo huwa na
uzito wa tani kumi na mbili.

This is a Leopard.

Huyu ni Chui.

Leopards hunt and eat at night.

Chui huwinda na kula usiku.

They love to climb trees.

Wao wanapenda kupanda miti.

This is a Lion.

Huyu ni Simba.

A group of Lions is called a Pride.

Kikundi cha Simba kinaitwa kiburi.

The Lions of a Pride hunt and eat together.
Simba wa Kiburi huwinda na kula pamoja.

This is a Rhinocerous.

Huyu ni Kifaru.

Rhinos have long, sharp horns.

Kifaru huwa na pembe refu na kali.

They use their horns to defend themselves.

Wao hutumia pembe zao kujikinga.

This is an African Buffalo.

Huyu ni Nyati wa Afrika.

A baby African Buffalo is called a calf.
Mtoto wa Nyati wa Afrika anaitwa ndama.

They eat many kinds of plants,
even some that are underwater.

Wao hula mimea mbali mbali,
hata iliyoko majini.

If you want to see the Big Five,
you can go on a Safari.

Kama wataka kuona Tano Kubwa,
unaweza kwenda kwa Safari.

Safari means journey; it is a journey to see animals in the wild.

Safari humaanisha matembezi; ni matembezi ya kuwaona wanyama porini.

If you see all the Big Five on Safari,
you will be lucky indeed.

Kama wewe utawaona Tano Kubwa wote
Safarini,utakuwa umebahatika kwa hakika.

www.ingramcontent.com/pod-product-compliance
Lightning Source LLC
Chambersburg PA
CBHW042130110726
48006CB00003B/833